எண்ணக்குவியல்

கி.ஆ.பெ.விசுவநாதம்

Title: Ennakuviyal

Author: K. A. P. Viswanatham

Language: Tamil

First Published on: 1954

Year of Publication: 2025

Book Format: Paperback

*Page Size: 6inch * 9inch*

Category: Literature

Subject: Literature Essays

No. of pages: 48

ISBN: 978-81-996129-2-1

Published by: Nilan Publishers, Madurai, Tamilnadu, India

பொருளடக்கம்

குறிப்புகளுக்காக

முன்னுரை

பாரிவள்ளல் பொற்குவியல்களைப் புலவர் பெருமக்களுக்கு வாரி வழங்கியதாக அறிந்து மகிழ்கிறோம்! பாரி நிலையத்தினர் என் எண்ணக் குவியல்களைத் தமிழ் மக்களுக்கு வாரி வழங்கி வருகின்றனர். அவர்கட்கு என் நன்றி.

எனது 'தமிழர் நாடு' இதழ்களில் அவ்வப்போது எழுதி வெளியிடப்பெற்ற கட்டுரைகளே இன்று எண்ணக் குவியல்களாய் வெளிவருகின்றன. இந் நூலில் தமிழ் மக்களின் எண்ணம் பெரிதும் குவியவேண்டும்.

கட்டுரைகளுள் ஒவ்வொன்றும், நாட்டை, மொழியை முன்னிறுத்தி எழுதப்பெற்றது. இது அறிவை ஆராய்ச்சித் துறையில் வளர்ப்பதும், ஒழுக்கத்தை வலியுறுத்திக் கூறுவதும் ஆகும். இது ஆடவர் பெண்டிர் அனைவருக்கும் தேவை. படித்துப் பயன்பெறுவது நல்லது.

நாட்டுப்பற்றும், மொழிப்பற்றும் நமது தமிழகத்தில் இருக்கவேண்டிய அளவு இன்றில்லை. அவற்றை வளர்க்க இந்நூல் துணை செய்யும். சிறுவர் சிறுமியர்க்கு இது பாடப் புத்தகமாக அமையுமானால், நான் மகிழ்வேன்.

தமிழ் நாட்டிற்கும், தமிழ் மொழிக்கும், தமிழ் மக்களுக்கும் தொண்டு செய்யும் அன்பர்களுக்கெல்லாம் எனது நன்றிகலந்த வணக்கம் உரியதாகட்டும்.

திருவள்ளுவர் ஆண்டு. *1985*
ஜய, சித்திரை-*1*

கி.ஆ.பெ.விசுவநாதம்
திருச்சிராப்பள்ளி-*8*

பிறந்த பொன்னாட்டை மறந்து பிற நாட்டிற்குத் தொண்டு செய்யும் பக்தனும், வளர்த்த இன்மொழியை மறந்து பிற மொழிகளுக்குத் தொண்டுசெய்யும் அறிஞனுமே தலை சிறந்த முடத்தெங்குகள்

முடத்தெங்கு

எட்டி நட அப்பா. எட்டி நட! மாலைப்பொழுது மறைந்து விட்டதே! இருட்டுமுன்னே வீடு செல்லவேண்டாவா! நடையைச் சிறிது எட்டிப் போடு!"

"போகலாம் தாத்தா! நிலாக்காலந்தானே! நானிருக்க என்ன பயம்? மெதுவாக நடந்து வாருங்கள்."

"அப்புறம் ஏன் நிற்கிறாய்?"

"ஒன்றுமில்லை தாத்தா! இந்தத் தென்னந்தோப்பு என் உள்ளத்தைக் கவர்ந்துவிட்டது; மிகவும் செழிப்புடையதாய்க் காணப்படுகிறது."

"ஆம் அப்பா! அது இந்த ஊரின் நிலத்தின் பெருமையையும் நீரின் சிறப்பையுமே எடுத்துக்காட்டும். ஏனெனில் மரவகைகளில் மா, பலா. வாழை, கமுகு. தென்னை இவ்வைந்தும் நன்னிலத்துச் சொத்துக்கள். இவற்றுள் தென்னையும் வாழையும் நார்முதல் வேர்வரை உள்ள யாவும் பயனுடைய பொருள்கள். இதில் வாழை ஒரு பங்கும் தென்னை இருபங்குமாகப் பலவகைக்கும் பயன் பட்டும். பல்வேறு பொருள்களுக்கு மூலப்பொருள்களாய் இருந்தும் வருகின்றன! தென்னை வளர்ந்தால் பண்ணை வளரும். என்பதும், தென்னை செழித்தால் மன்னன் செழிப்பான்' என்பதும் நம் நாட்டுப் பழமொழி அப்பா! நட; இருட்டாகிறது."

"நிலவளத்தால் தானா தாத்தா, இந்தத் தோப்பு இவ்வளவு அழகாய்த் தோன்றுகிறது?"

"அதனால் மட்டுமன்று; தனித்தனி மரங்களுக்கு இல்லாத ஓர் அழகு, அவை ஒன்றுசேர்ந்து ஒரு தோப்பாய் அமைந்துவிட்டால் அதற்கென்று புதிதாகத் தோன்றி விடுகிறது. நன்றாய் உற்றுப் பார்!"

"ஆம், தாத்தா! அப்படித்தான் தோன்றுகிறது.

"சேர்ந்து வாழ்கின்ற மக்கள், சேர்ந்து வாழ்கின்ற குடும்பம், சேர்ந்து வாழ்கின்ற சமூகம். சேர்ந்து வாழ்கின்ற மக்களைக்கொண்ட நாடு ஆகிய இவை அனைத்தும் இத்தோப்பைப் போலவே பார்க்கின்ற மக்களின் கண்களுக்குச் செழிப்போடு காணப்படும்."

"ஆம் தாத்தா! உண்மைதான். அந்த ஒரு மரம் மட்டும் அப்படி வளையாமல் நேராய் - நிமிர்ந்து வளர்ந் திருந்தால், இத்தோப்பு இன்னும் அழகாகக் காட்சியளிக்கும்."

"எந்த மரம் அது?"

'அதோ பாருங்கள் தாத்தா! நிலவுக்கு அடியில் வளைவாய்த் தெரிகிறதே, அந்தச் சாய்ந்த தென்னை மரந்தான்."

"ஓ! அதுவா? அதுதான் 'முடத்தெங்கு' என்று கூறுவது!"

"ஓ! அப்படியா! 'முடத்தெங்கு, முடத்தெங்கு எனக் கேள்விப்பட்டிருக்கிறேன்; அது இதுதானா? அப்படி என்றால்..?"

'முடம்' ஆன தென்னை மரம் என்பது பொருள்.

'முடம் என்பதற்கு 'நொண்டி' என்றுதானே பொருள் சொல்வார்கள்?"

'ஆம், கால் வளைவு, கை வளைவு, உடல் வளைவு உள்ளவர் எல்லோரும் முடவரல்லவா?"

"ஆம் தாத்தா! எவ்வளவுதான் அழகும் அறிவும் உள்ளவர்களானாலும், அவர்கள் முடவர்களாய் இருந்தால், பார்க்கும் பொழுதே ஒரு வெறுப்புத் தோன்றி விடுகிறது."

"அப்பா. அது பெருந்தவறு! முடவர்களைக் கண்டதும், அவர்கள் மீது இரக்கப்படுவதுதான் மக்களின் சிறந்த குணம் ஆகும்."

'இல்லை தாத்தா! நீங்களே பாருங்கள். அந்த ஒரு மரம் வளையாமல் தோப்புடன் சேர்ந்து நிமிர்ந்து நின்றால் இன்னும் எவ்வளவு அழகாக இருக்கும்!"

'இருக்குந்தான்! அதற்கு என்ன செய்யலாம் அதைப் பார்க்கும்போது உனக்கு என்ன தோன்றுகிறது?

எண்ணிப்பார்த்துச் சொல்,'

"கூட்டுறவிலிருந்து விலகிக் கோணல் வழியில் நன்றாக நடக்கும் மனிதனைத்தான் அந்த முடத்தெங்கு எனக்கு நினைவூட்டுகிறது."

"நன்றாகச் சொன்னாய்! அதுமட்டுமன்று; அந்த ஒன்று விலகிக் கோணல்வழியில் வளர்வதால், அந்தத் தோப்பின் அழகுகூடக் குறைந்து காணப்படுகிறது என்று கூறினாய் அல்லவா?"

"ஆம் தாத்தா! அப்படித்தான் காணப்படுகிறது."

"அப்படித்தான் ஒரு வீட்டிலிருந்து, வீதியிலிருந்து, நாட்டிலிருந்து, நகரிலிருந்து, கூட்டத்திலிருந்து, இயக்கத்தி லிருந்து ஒழுங்கீனமான கோணல் வழியில் ஒருவன் நடந் தாலும், அவனால் அவனது வீடு அல்லது வீதி, நாடு எதுவாய் அல்லது நகரம், கூட்டம் அல்லது இயக்கம் இருப்பினும், அதுவும் சீரழிந்து, சிறப்பிழந்து காணப்படும். தெரிகிறதா?"

"தாத்தா! உங்கள் உவமை மிகவும் நன்றாய் இருக் கிறது! என்றாலும், அது நல்லவர்களின் கூட்டுறவிலிருந்து விலகித் தன் வழியே நடக்கும் தீயவன் ஒருவனுக்கு நன்கு பொருந்துகிறது. தீயவர்களின் கூட்டுறவிலிருந்து விலகித் தன் வழியே நடக்கும் நல்லவன் ஒருவனுக்கு அந்த உவமை பொருந்தவில்லையே தாத்தா!"

"ஆம். நீ புத்திசாலி! சரியான கேள்வி கேட்டாய். பிரிந்தவன் நல்லவனா, தீயவனா?' என்பதை அவனது செயல் காட்டிவிடும் அல்லவா?"

"ஆம்! நன்கு காட்டிவிடும். அப்படி என்ன இந்த முடத் தெங்கு தீச்செயலை செய்கிறது?"

"அதுவா? அப்படிக் கேள். ஒருவன் தன் பிள்ளையைப் போலத் தென்னம்பிள்ளையை எண்ணி, வைத்து வளர்த்து நீர் ஊற்றிக் காப்பாற்றி மரமாக்கிவிட்ட பிறகு, பலன் கொடுக்கும் சமயத்தில், வரம்பு கடந்து. வேலிக்கு வெளியே தலையை நீட்டி வருவார்க்கும் போவார்க்கும் மட்டையையும், பாளையையும். தேங்காயையும், பிறவற்றையும், கொட்டிக் கொடுத்துக் கொண்டிருக்கிறதே! அது ஒன்று போதாதா, அதன் நன்றிகெட்ட தீச் செயலுக்கு?"

"ஆம், தாத்தா! அக் கொடுஞ்செயலைத் தினந்தோறும் காண்கின்ற தோப்புக்காரனுடைய மனம் என்ன பாடுபடும் என்பதை நினைக்கும்பொழுதே என் மனம் வேதனைப்படுகிறது. பாவம்! அவன் என்ன செய்வான்? ஏன் தாத்தா! இதை மூடத்தெங்கு என்று சொல்லலாமே."

"சொல்லலாம், எங்கள் அப்பா இதனை மடத்தெங்கு என வழங்குவது வழக்கம். முடத்தெங்கு என்றாலும், மடத்தெங்கு என்றாலும் ஒன்றுதான். முன்னது தோற்றத் தான் அமைந்த பெயர்; பின்னது செயலால் அமைந்த பெயர்! அவ்வளவுதான்."

"ஏன் தாத்தா! இம்மாதிரி முடம் தென்னையைத் தவிர வேறு மரத்திலும் உண்டோ?"

"உண்டு உண்டு!"

"அந்த மரத்தின் பெயர் என்ன?"

"மனித மரம்."

"என்ன தாத்தா மனிதனிலுமா முடத்தெங்கு?"

"ஆம். அப்பா! நெல்லிற் பிறந்த பதர்களைப்போல் மனிதருள்ளும் பதர் உண்டு. அவர்கள் மனிதப் பதர் என வழங்கப்படுவார்கள். விரிவு எதற்கு? குரங்கும் கோட்டானும், நாயும் நரியுங்கூட மனிதருள் உண்டு என்றால், முடத்தெங்கு இருப்பதில் வியப்பென்ன இருக்கிறது?

"தாத்தா! அத்தகைய முடத்தெங்குகளை நான் அறியலாமா?"

"ஆகா! நன்றாக அறியலாம். தன்னைப் பெற்ற தந்தையைத் தளர்ந்த வயதில் தள்ளாட விட்டுவிட்டு, மாமனார் வீட்டோடு மகிழ்ந்து வாழும் மகனும் ஒரு முடத் தெங்குதான்!"

"பெற்று வளர்த்த தாயைப் புறக்கணித்து விட்டு அவள் தன் வயிற்றைக் கழுவுவதற்காக ஆப்பமும் இட்டலியும் விற்கும்படி செய்து, வந்த மனைவியோடு வாழ்வு நடத்தும் மகனும் ஒரு முடத்தெங்குதான்!"

"தன்னையே நம்பி வந்திருக்கின்ற, மணந்த மனைவியை வீட்டில் வைத்துவிட்டு, மற்ற மாதர்களோடு வாழ்வு நடத்தும் ஆடவரும் முடத்தெங்குகளே! பெற்ற பிள்ளைகளுக்குச் சொத்துக் கொடுக்க மறுத்து அவர்கள் மீது வன்னெஞ்சங் கொண்டு, அவர்களை நடுத்தெருவில் அலைய விட்டு, தன் சொத்துக்களைத் தானமும் தருமமும் செய்து வரும் தந்தைகளும் முடத்தெங்குகளே!

"மருமகனுக்குச் செய்தவைகளை மகனுக்கு இட்டு வயிறு எரியும் தாயும் உண்டானால், அவளும் ஒரு மடத்தெங்குதான்.''

"நம்பி இருக்கும் மணவாளனை வஞ்சித்து வெறுத்துப் பிறருக்குப் பயன்படும் பெண்களும் முடத்தெங்குகளே தான்,"

"போதும், போதும் தாத்தா; இவர்கள் எல்லாம் முடத்தெங்கு அனையவர்களே. நீங்கள் இப்படியே பொழுது விடியும்வரை சொல்லிக் கொண்டிருப்பீர்கள் போலத் தெரிகிறது. எல்லாவற்றிலும் பெரிய முடத்தெங்குகள் இருவரைப்பற்றி மட்டும் சொல்லுதல் போதும் தாத்தா!"

"பிறந்த பொன்னாட்டை மறந்து, பிறநாட்டிற்குத் தொண்டு செய்யும் பக்தனும், வளர்த்த இன்மொழியை மறந்து, பிற மொழிக்குத் தொண்டு செய்யும் அறிஞனுமே தலைசிறந்த முடந்தெங்குகள். தெரிகிறதா?"

''ஆம் தாத்தா! இது மன்னிக்க முடியாத குற்றம் தான்.''

"திடீரென அப்படிக் கூறிவிடாதே! குற்றம் முழுவதும் முடத்தெங்குகள் மீது இல்லை. அவை மூன்றாவது குற்றவாளிகளே. அவற்றிற்கு முன்னரே இரண்டுவகைக் குற்றவாளிகள் இருக்கின்றார்கள்.

"பெற்ற பிள்ளையை வளர்ப்போரும். வைத்த பிள்ளையை (தென்னம் பிள்ளையை) வளர்ப்போரும் இளமையிலேயே சிறிது எச்சரிக்கையாய் இருந்து வளர்த்திருந்தால், அவற்றைக் கோணலிலிருந்து திருத்தி நேராக வளர்த்திருக்கலாம். இவர்களே முதற் குற்றவாளிகள்.''

"அவ்வாறு கண்காணித்து வளர்த்த பிள்ளைகளைக் கூட மரமேறிகள் சிலர் தங்கள் சுயநலங்கருதி இலகுவாய் ஏறி இறங்க எண்ணி, மிதித்து மிதித்துச் சாய்த்து வளைத்து விடுவதும் உண்டு. அதுபோலவே நன்கு வளர்க்கப்பெற்ற பிள்ளைகளைக்கூட, அதனதன் வாழ்க்கையில் ஆணைப் பெண்ணும் பெண்ணை ஆணும் வளைத்துக் கோணலாக்கி

முடத்தெங்காகச் செய்துவிடுவதும் உண்டு. இதனால் இந்த மரமேறிகளும் மனையேறிகளும் இரண்டாங் குற்றவாளிகள் ஆகிறார்கள். மூன்றாவது குற்றந்தான் முடத்தெங்குகளைப் பொறுத்ததாகும்."

"ஆம் தாத்தா! உண்மைதான். இதற்கு என்ன செய்யலாம்?"

"உன்னைப் போன்ற இளைஞர்கள் நினைத்தால் இந்நாட்டில் முடத்தெங்குகளே இல்லாமற்செய்யலாம். இந்நாடு என்றதும் என் உடல் நடுங்குகிறது! தமிழன் ஒருவன் இந்நாட்டையே ஒரு முடத்தெங்கு எனப் பழி தூற்றி விட்டான். அதைச் சொல்லவே என் நாவெழவில்லை!"

"அது என்ன தாத்தா! தாய் நாட்டையா பழி தூற்றினான்? அதுவும் தமிழனா அப்படித் தூற்றியவன்? வியப்பாய் இருக்கிறதே!"

"ஆம் அப்பா? அவன் தமிழன்தான், அவன் பழி தூற்றியதும் தமிழ் நாட்டைத்தான். அவன் சொல்லிய சொல்லும் இதுதான்."

"என் அருமைத் தமிழ் நாடே! என் தாய் நாடே எங்கெங்கோ இருந்துவந்த எவரெவர்க்கோ இடம் தந்து தொழிலுக்கும் துணை செய்து, வாணிகத்திற்கும் வகை செய்து, வாழ வழிசெய்து வருகின்ற நீ, பெற்ற பிள்ளைகளுக்குச் சிறிதும் பயன்படாமல், அவர்களை அயல் நாடுகளுக்கு அரைவயிற்று உணவுக்காக அநியாயமாய் ஏற்றுமதி செய்து அனுப்பிக்கொண்டிருக்கிறாயே! நீயும் தாயா அல்லது முடத்தெங்கா?" என்ற சுடுசொல்லே அச்சொல். இப்பெரும் பழியைத் துடைக்க வேண்டியது எதிர்காலத் தலைவர்களாகிய இன்றைய இளைஞர்களின் பொறுப்பல்லவா? ஏன் நிற்கிறாய்?"

"வீடு வந்துவிட்டது தாத்தா! அதோ இடப்புறந்தான் திண்ணை. அப்படியே உட்காருங்கள். நான் போய் வருகிறேன். இன்று நான் இவ்வூருக்கு வந்தது எனக்கு ஒரு பேறு. உங்களோடு உரையாடியது ஒருபெரும்பேறு இதனால் நான் பெற்ற அறிவும் அதைவிடப் பெரும்பேறு ஆகும்."

"நான் முடத்தெங்காக வாழப்போவதில்லை; மற்றவர்களையும் முடத்தெங்காக வாழ விடுவதில்லை; யானும் முடத்தெங்குகளைத் தோற்றுவிப்பதுமில்லை என இன்று நான் உங்கள் முன்பு உறுதி கூறுகிறேன் தாத்தா! என்னையும் என்னைப்போன்ற இளைஞர்களையும் வாழ்த்துங்கள்! உங்களுக்கு என் வணக்கம் உரியது."

"ஆம் அப்பா! அப்படியே ஆகட்டும். பெற்ற நாட்டிற்குப் பெருமையையும், வளர்த்த மொழிக்கு வாழ்வையும், பிறந்த குடும்பத்திற்குப் பெருஞ்சிறப்பையும் தந்து, நீவிர் அனைவரும் நல்ல தமிழராய் நல்வாழ்வு வாழ வேண்டு மென்பதே எனது ஆசையாகும். உங்கள் வாழ்வு சிறக்கட்டும்!"

"வாழட்டும் தமிழ்நாடு!"

எவரையும் வையாதே, வைவது தமிழ் நூல்களில் விலக்கப் பெற்றிருக்கிறது, நல்ல சொற்கள் இருக்கத் தீய சொற்களைக் கையாள்வது பழங்களிருக்கக் காயைக் கடிப்பது போன்றதாகும். முடிவாகக் கூறு மிடத்து வைவது தமிழனின் பண்பே அன்று. வைதிடுவோரையும் வாழ்த்தப் பழகு. வாழ்த்தக் கேட்கின் தாழ்த்திக் கொள்ளு.

வெல்லும் சொல்

'சொல் வெல்லும்' என்றால் எங்களுக்குப் பொருள் விளங்கியிருக்கும் 'வெல்லும் சொல்' என்றால், அது என்ன? என்று அறிய, ஆராயத் தோன்றுமல்லவா?

எழுத்தும் ஒரு கலை; பேச்சும் ஒரு கலை, சிற்பக் கலை போல, ஆம், ஓவியக்கலையும் காவியக்கலையும் ஒன்றை ஒன்று தழுவியவையே.

எழுதுகிறவர்கள் எதையும் எழுதிவிட இயலாது. எழுதவும் கூடாது. எழுதினால், அதை 'எழுத்து' என்று எழுத்தறிஞர்களால் கூறவும் இயலாது. பேசுகிறவர்கள் எதையும் பேசிவிட இயலாது; பேசவும் கூடாது. பேசினால், அதைப் பேச்சு என்று பேச்சுக் கலைஞர்களால் ஏற்கவும் இயலாது.

பதக்கம் கட்டுகின்ற கட்டடக் கலைஞர்களைப் பார்த்திருக்கிறீர்களா? அவர்கள் எந்தெந்த விடத்திற்கு எந்தெந்தக் கற்களை, எப்படிப் பொறுக்கி, எப்படிப் பதிய வைத்து, எதனால் சரிபார்த்து, எவ்வாறு அழகுபடுத்துகிறார்கள் தெரியுமா? அது போலவே, எழுதுகிறவர்களும், பேசுகிறவர்களும், சொற்களை ஆராய்ந்து,

தேடிப் பிடித்து நிறுத்தி, எடைபோட்டு, தக்க இடத்தில் அமைக்க வேண்டும். இன்றேல் அது அழகை, சிறப்பை, உயர்வை அடையாது.

நமது திருவள்ளுவர் இருக்கிறாரே!- அல்ல; இருந்தாரே இரண்டாயிரம் ஆண்டுகளுக்கு முன்பு, அவர் சொல்லியிருக்கிறார். "சொல்லுக சொல்லை. ஆனால் அச்சொல் வேறொரு சொல்லால் வெல்லக் கூடாததாக இருக்கவேண்டும்" என்று.

இதனால் பேசுவோரும் எழுதுவோரும் சிறந்த, உயர்ந்த, தீமையற்ற நல்ல சொற்களையே கையாள வேண்டும் என்பது வள்ளுவரின் கருத்து என்பது, நன்கு விளங்குகிறது.

தாயுமானவர் இருந்தாரே- 350 ஆண்டுகளுக்கு முன்பு-அவர் உயிர்களின் மீது மிகுந்த இரக்கம் உடையவர். வடமொழியாளர் அவரை ஜீவகாருண்யம் உடையவர் எனக் கூறுவர். 'உயிர்களைக் கொலை செய்யக் கூடாது. கொல்வது நல்லதன்று', என்பது அவரது சிறந்த கொள்கை; இதைக் கூறவந்த அப்பெரியார்,

"கொல்லா விரதம் கொண்டவரே நல்லோர்" எனக் கூறினார்.

அவர் உள்ளம் அதோடு அமைதியடையவில்லை. கொல்லுகிறவர் எத்தகையவர் என்பதைக் கூற வேண்டும் எனவும் அவருள்ளம் துடியாய்த் துடித்தது.

"கொல்லா விரதம் கொண்டவரே நல்லோர். மற்றல்லாதார்...... பராபரமே", எனக் கூறிவிட்டார்; கோடிட்ட இடத்தில் வெல்லும் சொல் பதிக்கப்பட்டிருக்கிறது. எங்கே, பார்க்கலாம்? அமையுங்கள். அச்சொல்லை. என்னை அமைக்கச் சொன்னால்.

"கொல்லா விரதம் கொண்டவரே நல்லோர்; மற்றல்லாதார் தீயோர், கொடியோர் பராபரமே" என்றுதான் அமைத்திருப்பேன். அதற்குமேல் செய்ய என்னால் இயலாது.

ஆனால், தாயுமானப் பெருந்தகையார் ஒரு துறவியர் மட்டுமல்லர்; சிறந்த புலவர்; அறிஞர்; ஒழுக்கத்தின் உச்சியிலிருப்பவர். அவர் நினைத்தார் "கொலைஞனாயினும் அவனை வைவானேன்!" என எண்ணினார். 'கடுஞ்சொல்லையும், சுடுசொல்லையும் சொல்வானேன்?' என வருந்திற்றுப்போலும் அவரது உள்ளம்! ஆகவே, அவர் தேடிப் பிடித்துக் கையாண்டு பதிய வைத்த சொல் எது தெரியுமா?

"கொல்லா விரதம் கொண்டவரே நல்லோர், மற்றல்லாதார் யாரோ அறியேன் பராபரமே," என்பதுதான்.

"யாரோ" என்று கூறியதில், அவர் கடுமையாகக் கூறாமல் பெருமையாகவே கூறினார். இது அவரது பெருந்தன்மையையே காட்டுகிறது என்றுதான் நினைக்கத் தோன்றும். நானும் அப்படித்தான் நினைத்தேன்.

"யாரோ!" என்ற சொல்லில், காகமோ! கழுகோ! பேயோ! பிசாசோ! நாயோ! நரியோ!" என்ற பொருளும் மறைந்து நிற்பதைக் காணலாம்.

"கொடியோன், தீயோன் என்ற சொற்களைச் சொன்னால், அவனை மனிதன் என்று ஒப்புக் கொண்டு விட்டதாகிவிடும் அல்லவா? ஆகவே, அதை அவர் ஒப்ப மறுத்து, அதைவிடக் கடுஞ்சொல்லையே இங்குக் கையாண்டிருக்கிறார் என்பது தெரிகிறது. இத்தகைய கடுஞ்சொல்லைச் சுடுசொல்லாற் சொல்லாமல் நடு சொல்லாற் சொல்லியது நயமுடையதாய்க் காணப்படுகிறது.

கொல்லாமைக்கு எதிர்மறையாகக் 'கொல்லுவோர்' என்று கூட அவர் கூற விரும்பாமல் "மற்றல்லாதார்" எனக் கூறிய நயமும் எண்ணி எண்ணி வியத்தற்குரியதாகும்

இச்சொல்லே "வெல்லும் சொல்" ஆம்! ஏனெனில், இதைவிட வெல்லுஞ்சொல் வேறு இல்லை, ஆதலின்.

திருவள்ளுவர் வாக்குக்கு- கட்டளைக்கு- தாயுமானவர் செய்த இலக்கியத்தில் உள்ள இச்சொல் இலக்கணமாய் அமைந்திருக்கிறது. இது நமது உள்ளத்தையெல்லாம் மகிழ்விக்கிறது.

தம்பி! நீ பேசு உன்னால் பேச இயலும். உணர்ச்சி ஒன்றுதான் பேச்சுக்குத் தேவை. உண்மையும் இருந்தால் வேறு துணை வேண்டா. பிறகு பேச்சு ஊற்றுப் பெருக்காய் உலகு ஊட்டும். ஆனால், ஒன்றை மறவாதே; உன் சொறக்கள் அனைத்தும் வெல்லும் சொல்லாக இருக்கட்டும். தீயன எண்ணாதே! தீயன சொல்லாதே! ஏனெனில், இவை இரண்டும் தீயன செய்யத் தூண்டும் நச்சுக் கருவிகள்.

எவரையும் வையாதே. வைவது தமிழ் நூல்களில் விலக்கப்பெற்றிருக்கிறது. நல்ல சொறக்கள் இருக்கத் தீய சொறக்களைக் கையாள்வது பழங்களிருக்கக் காயைக் கடிப்பது போன்றதாகும். முடிவாகக் கூறுமிடத்து வைவது தமிழனின் பண்பே அன்று என்றுதான் கூற வேண்டும்.
வைதிடுவோரையும் வாழ்த்தப் பழகு! வாழ்த்தக் கேட்கின் தாழ்த்திக் கொள்ளு.

தம்பி! எழுது! உன்னால் எழுத இயலும், உனது முதல் கட்டுரை, நீ கண்ணாறக்கண்ட காட்சிகளை உன் நண்பர்களுக்கு நீ எழுதும் கடிதமாக இருக்கவேண்டும். பிறகு பல சொறக்கள், உரைகள் உனது கட்டுரையில் கட்டப்படும், பூக்கட்டுவது போல்வதுதான் சொல் கட்டுவதும், பல உரைகளைக்

கட்டுவதனால், அது கட்டுரையாகி மிளிர்கிறது. ஆனால், ஒன்றை மறந்து விடாதே! உனது கட்டுரையுள் கட்டப்படும் சொற்களை விட வேறு வெல்லும் சொற்கள் இல்லாதிருக்க வேண்டும். உண்மையும் உணர்ச்சியும் இருந்துவிட்டால், அக்கட்டுரையுள் உயிர் நடமாடும் என்பதை உணர்ந்து கொள்! நம்பு! பிறகு எழுது!

மறுமலர்ச்சி எழுத்தாளனாய் இருக்க விரும்பினாலும் விரும்பு, அது பாவமான காரியங்களில் ஒன்றன்று, ஆனால், அதற்காகக் காதல் கதைகளை எழுதிக் கொண்டிராதே. இன்னும் காதல் கதைகள் என்ற சாக்கில், நிழலில். காமக்கதைகள் எழுதுவோரைக் கண்டால், அவர்கள் நட்பிலிருந்து சிறிது விலகி நில், அதைவிட நல்லது, அவர்களைத் திருத்துவது இயலாதபோது எல்லாவற்றிலும் நல்லது அவர்களை வெறுக்கக் கற்றுக் கொள்வதேயாகும்.

எழுதுவதற்கு எத்தனையோ துறைகள் உண்டு. கல்வி, கைத்தொழில். வாணிகம், அரசியல், விஞ்ஞானம், உடல்நிலை. பொருள்நிலை, பயிர், அறிவு, ஆராய்ச்சி, சீர்திருத்தம், ஒழுக்கம் ஆகிய பன்னிரு துறைகளும் இன்னும் அழிந்து விடவில்லை. அவற்றுள் ஒன்றிலோ, இரண்டிலோ நுழை. எதை எழுதினாலும் எழுது! ஆனால், ஒரு வேலைத் திட்டத்தை முன்னே வைத்துத் தான் எழுத வேண்டும். உன்னால் அது இயலாவிடில், என் கட்டுரையின் படிப்பினை என்ன? அதனால் நாட்டுக்கு ஏற்படும் நன்மை என்ன?' என்பதை முதலில் எண்ணு! பிறகு எழுது!

எழுத்துத் தொண்டும், பேச்சுத் தொண்டும்; எல்லாத் தொண்டுகளுக்கும் மேற்பட்ட செயல்தொண்டுக்கு அடுத்த சிறந்த தொண்டுகள் ஆகும். ஆகவே, அச் சிறந்த தொண்டை நீ உலகிற்கும் செய்யலாம்! ஒரு கண்டத்திற்கும் செய்யலாம்; ஒரு பெரிய நாட்டுக்கும் செய்யலாம். ஆனால் அதற்கு முன்னே தாய்நாட்டிற்கும், தாய் மொழிக்கும் செய். பிறகு உன் வலிமையை வளர விடு. அது எவ்வளவு வளர்ந்தாலும்

வளரட்டும். அதனால் நாட்டிற்கும் பெருமை; நமக்கும் பெருமைதான்.

நாடு சிறக்க, மொழி வளர, மக்கள் நல்வாழ்வு வாழ, எழுத்தாலும் சொல்லாலும் எப்போதும் தொண்டு செய். அத் தொண்டு மிகு விரைவில் செயல்பட வேண்டுமானால், வெல்லும் சொல்லை வேண்டிய வரையில் பயன்படுத்து!

தமிழ்நாட்டில் வாழ்ந்துகொண்டே, தமிழ் மொழியைப் பேசிக்கொண்டே, பெற்ற நாட்டையும் வளர்த்த மொழியையும் பிற மக்களுக்கு விலை கூறி அதன்மூலம் வாழ வழிவகுத்து வழிநடை நடக்க எண்ணும் மக்களுக்குக் கவிஞர் பாரதியாரின் சொல்லடி ஒரு நல்லடியாய் அமைந்திருப்பது எண்ணி எண்ணி மகிழக்கூடிய ஒன்று.

நல்ல அடி

கவிஞர் பாரதியார், பல்வேறு துறைகளுக்குப் பல்வேறு அடிகளைக் கொடுத்திருக்கின்றார். சமூகத் துறைக்கு அவர் கொடுத்த அடிகள் சில, அவற்றுள் ஒன்று கல்லடியினும் சிறந்த சொல்லடியாய்க் காட்சியளிக்கிறது. அது, "கண்ணிரண்டும் விற்றுச் சித்திரம் வாங்கினால் கை கொட்டிச் சிரியாரோ!" என்பது.

சித்திரக் கலையைப் பாரதியார் பெரிதும் போற்றுகிறார்; மக்கள் அதனை விரும்பிக் கண்டுகளிக்கவேண்டும் என்றும் ஆசைப்படுகிறார்! அது உயர்ந்த விலை மதிப்பு உடையது என்றும் கருதுகிறார். ஆனால், அதற்காகக் கொடுக்கப்படும் விலை கண்ணாக இருக்கக்கூடாது என்று எச்சரிக்கிறார். "கண்ணை இழந்துவிட்டால், சித்திரத்தைக் கண்டு களிப்பது எப்படி?" என்பதே அவரது கேள்வி.

கண்ணை இழந்த ஒருவன், சித்திரங்களை வாங்கி வைத்துத் தடவிப் , பார்த்துக்கொண்டிருப்பது, நகைக்கக் கூடிய நிகழ்ச்சியன்று; மிகவும் இரங்கி வருந்தக்கூடிய நிகழ்ச்சி. பின் நகைப்பிற்குரிய நிகழ்ச்சி யாதெனில், கண் இருக்கிற ஒருவன் கண்ணையே விலையாகக் கொடுத்துச் சித்திரத்தை வாங்கும் நிகழ்ச்சியே என்பது கவிஞரின் கருத்து.

"கண்ணை இழந்து சித்திரம் வாங்குவதா?" என்பது தமிழ் நாட்டுப் பழமொழிகளுள் ஒன்று. அதை அப்படியே கூறக் கவிஞரின் உள்ளம் ஒப்பவில்லை. 'ஒரு கண்ணை விற்றுச் சித்திரம் வாங்கும் செயல் ஒருகால் ஒப்பக் கூடியதானாலும் ஆகலாம்' எனக் கருதியே, கண்ணிரண்டும் விற்றுச் சித்திரம் வாங்குவதே நகைக்கக் கூடியது என முடிவுகட்டிக் கூறிவிட்டார்.

உயர்ந்த ஒரு சித்திரத்தைப் பார்த்து மகிழ்ந்து, அதற்குத் தன் சிறந்த உறுப்புகளாகிய கண்களையே விலையாகக் கொடுத்து மகிழும் புரட்சி, கலைஞனது உள்ளத்தில் தோன்றினாலும் தோன்றலாம் என எண்ணியே, கவிஞர் முதலில் கண்களை விற்றுப் பிறகு சித்திரம் வாங்கும் கொடுமைதான் நகைக்கக்கூடியது என இப்பாடலில் குறிப்பிட்டுக் கூறுகிறார்.

கண்களை விற்றுச் சித்திரம் வாங்கும் செயல் எங்கோ, என்றோ நடந்ததாகவோ, நடக்கக்கூடியதாகவோ தெரியவில்லை. 'பின் ஏன் கவிஞர் இவ்வாறு கூறியிருக்கிறார்?' என எண்ணிப் பார்க்கும் பொழுது இதனை எதற்கோ உவமையாகக் கூறியிருக்க வேண்டும் என்றே நமக்குத் தோன்றுகிறது.

கவிஞர் பாரதியார் அவர்கள் தமிழ் நாட்டை ஒரு 'கண்' ஆகவும். தமிழ் மொழியை ஒரு 'கண்' ஆகவும் கருதி வாழ்த்துவர். இவ்வுண்மையைச் 'செந்தமிழ் நாடு' 'தமிழ்த்திருநாடு' என்ற சொற்றொடர்களே மெய்ப்பிக்கும். இச்சொற்றொடர்களிற்கூட மொழியும் நாடும், விழியும் இமையும் போல ஒன்றையொன்று தழுவிக்கொண்டிருப்பது பெரிதும் வியப்பையளிக்கிறது! "எண்ணும் எழுத்தும் கண்ணெனத் தகும்" என்பது ஔவையின் கருத்து. "நாடும் மொழியும் நல்ல கண்கள்" என்பது பாரதியாரின் கருத்து.

'முதன்மந்திரி பதவி, காங்கிரஸ் கமிட்டிப் பதவி சட்டசபை உறுப்பினர் பதவி, அரசாங்க அகராதிக் கமிட்டிப் பதவி, பல்கலைக்கழகப் பேராசிரியர் பதவி மொழி வளர்ச்சிக் கழகத் தலைமைப் பதவி, கலைக் கழகச் செயலாளர் பதவி, இயக்கத் தலைமைப் பதவி உள்ளிட்ட பதவிகளையோ டாக்டர் பட்டத்தையோ, பாடப்புத்தக அங்கீகரிப்புச் சலுகையையோ, வியாபாரச் சலுகையையோ, பணமுடிப்பையோ, பரிசுத் தொகையையோ, வேறு எதையோ மக்கள் விரும்பிப் பெற்று மகிழ்வதானால் மகிழட்டும்! ஆனால், அதற்காகக் கொடுக்கப்படும் விலை, தமிழையும் தமிழ்நாட்டையும் காட்டிக் கொடுப்பதாக மட்டும் இருக்கக் கூடாது' என்பதே கவிஞரின் கருத்து.

தமிழ் மொழியை அயல்மொழியாளர்க்கும், தமிழ் நாட்டை அயல்நாட்டார்க்கும் அடிமைப்படுத்துவதைக் கண்களை விலைகூறி விற்பதற்கும், அதன் மூலம் பட்டம், பதவி, பணம், சலுகை முதலியவைகளைப் பெறுவதைச் சித்திரம் வாங்கும் செயலுக்கும் கவிஞர் ஒப்பிட்டுக் காட்டியிருப்பது உய்த்துணரத்தக்கது.

கண்கள் இரண்டையும் விற்றுச் சித்திரங்களை வாங்கும் மனிதனும், நாட்டையும் மொழியையும் விற்றுப் பட்டம் பதவிகளைப் பெறும் , மனிதனும் ஒரே இனம் என்றும், இவர்களது அறிவு ஒரே தன்மையுடையது என்றும், இவர்களது செயல் எப்போதும் நகைக்கத் தகுந்தது என்றும் கவிஞர் இப்பாடலில் நன்கு விளக்கிக் கூறியிருக்கிறார்.

கண்களை இழந்தவன் தான் பெற்ற சித்திரங்களால் எவ்வாறு பயனடைய மாட்டானோ, அவ்வாறே நாட்டையும் மொழியையும் இழந்த எவனும், தான் பெற்ற பட்டம் பதவிகளால் பயனடையமாட்டான் என்பது கவிஞர் கூறாமற் கூறியுள்ள உயர்ந்த கருத்து.

"வாய்மூடி நகைத்தால் என்ன? உதடுகளைப் பிதுக்கி நகைத்தால் என்ன? நான்தான் கண்களை இழந்து விட்டேனே! அது எனக்குத் தெரியவா போகிறது?" என்று எவனாவது ஒருவன் கேட்டு விடுவானாம்! அதற்காகக் கவிஞர், "தம்பீ! உனக்குக் கண் இல்லாவிட்டாலும் காது இருக்கிறது. அது வழியாகவாவது ஓசையைப் புகுத்தி, தாம் பழிப்பதை உனக்கு உணர்த்திவிடுவர்,'' என்ற கருத்தை அமைத்தே "கைகொட்டிச் சிரியாரோ!" என்று கூறியிருக்கிறார். இன்றேல் "கண்டவர் சிரியாரோ!" என்று கூறியிருப்பார்.

கண்களைப் பறிகொடுத்துச் சித்திரம் வாங்கும் தவறும், நாட்டை, மொழியைப் பறிகொடுத்துப் பட்டம் பதவி பெறும் தவறும், மன்னிக்க இயலாத தவறுகளாகும். இத்தகைய மலைபோன்ற தவறுகளைச் செய்யும் மக்களை அடித்து உதைத்துத் திருத்த எண்ணாமல், நகைத்துப் பழித்துத் திருத்த எண்ணிக் கூறியிருப்பது கவிஞரின் பண்பட்ட உள்ளத்தையே நமக்குக் காட்டுகிறது.

தமிழ்நாட்டில் வாழ்ந்து கொண்டே, தமிழ்மொழியைப் பேசிக் கொண்டே, பெற்ற நாட்டையும் வளர்த்த மொழியையும் பிறருக்கு விலைகூறி, அதன் மூலம் வாழ வழி வகுத்து வழிநடை நடக்க எண்ணும் மக்களுக்குக் கவிஞர் பாரதியாரின் சொல்லடி ஒரு நல்லடியாய் அமைந்திருப்பது, எண்ணி எண்ணி மகிழக் கூடிய ஒன்றாகும்.

உயர்ந்த அறிஞர்களால் நகைக்கத் தகுந்த இழிந்த மக்கள் இன்றைய தமிழகத்திலிருந்தாலும், பாரதியாரின் அடிகளால் நல்லுணர்ச்சி பெறுவதன் மூலம் எதிர்காலத் தமிழகத்தில் எவரும் இருக்கமாட்டார் என்றே எண்ணுகிறேன். இதைக் கண்ணுறும் அன்பர்களும், நாட்டை ஒரு கண்ணாகவும் மொழியை ஒரு கண்ணாகவும் கருதுகின்ற நல்ல தமிழர்கள்

அடங்கிய எதிர்காலத் தமிழகத்தை விரைவாகக் காண ஆசைப்பட வேண்டும் எனவும் வேண்டிக் கொள்ளுகிறேன்.

வாழ்க தமிழ் மொழி!
வாழ்க தமிழ் மக்கள்!
வாழ்க தமிழ்திரு நாடு!

இந்நாட்டில் சீர்திருத்தக் குளம் ஒன்றை வெட்டி, அதனுள் தீந்தமிழ் ஊற்றதனைக் கண்டு நல்லொழுக்க நீர் நிறையச்செய்து, என்றும் நன்மை விளை மலர்தனையே விளைத்து, பார்முழுதும் அந் நீரைப் பருக அதனுள் பகையாமைதனை வளர்த்து வாழ்வோம். வாழட்டும் பகையாமை! அழியட்டும் பொறாமை.

ஆமை

"ஆமை புகுந்த வீடும், அமீனா புகுந்த வீடும் உருப்படா'' என்பது நம் தமிழ்நாட்டுப் பழமொழிகளுள் ஒன்று. 'அமீனா புகுந்த வீடு உருப்படாமற்போவது பலரும் நன்கறிந்த உண்மை. ஆனால், 'ஆமை புகுந்த வீடு எவ்வாறு உருப்படாமற் போகும்!' என்ற ஐயப்பாடு எவர்க்கும் எளிதாகவே தோன்றும்.

"ஆமை யானையைப் போன்ற பெரிய உருவமுடையது மன்று; சிங்கம் முழங்குவது போன்ற முழக்கத்தையும் அது செய்வதில்லை, பாம்புக்கு இருப்பது போன்ற நஞ்சும் அதற்கில்லை. அது நான்கு குறுகிய கால்களையும் மறைத்துக் கொள்ளும் தலையையுமுடைய ஒரு சிறிய உயிர்! அது புகுந்தால், அந்த வீடு எவ்வாறு பாழாகும்?" என்பது நியாயமான கேள்வியே. இந்த ஐயப்பாட்டை நீக்கப் பேரும் புகழும் பெற்ற கிறித்தவப் பாதிரியார் ஒருவர் ஒரு புதிய பொருளைப் புலப்படுத்தினார். அந்த ஆமை நம் கண்ணுக்குத் தெரியும் ஆமையல்ல; காணமுடியாத ஆமையாகும்: அதன் பெயர் 'பொறாமை' என்பதே.

ஆமை என்றதும் மக்கள் கிணற்றாமையையும், குளத்தாமையையும் நினைக்கிறார்கள். அது தவறு. இது ஆற்றாமையாகும்.

இந்த ஆமை வாழும் ஆறு எந்த ஆறு என்று கேட்பீர்கள்? அது விண்ணாறும் அன்று, வெட்டாறுமன்று: பாலாறுமன்று, பெரியாறுமன்றி; இது வாழும் ஆறு அழுக்காறு ஆகும்.

பிற ஆறுகளின் இரு கரைகளிலும் கோட்டுப்பூ, கொடிப்பூ ஆகிய பல பூக்கள் பூக்கும்; இந்த ஆற்றின் இரு கரைகளிலும் 'எரிப்பு' ஒன்று மட்டுமே பூக்கும்.

ஆற்றாமை என்பதும், அழுக்காறு என்பதும், எரிப்பு என்பதும் பொறாமை என்பதைக் குறிக்கும் சொற்களேயாம்.

இவற்றைக் கொண்டு பார்க்கும் பொழுது, "அமீனா புகுந்த வீடும், பொறாமை புகுந்த வீடும் உருப்படா" என்பதே, பழமொழியின் உண்மைப் பொருளாக இருக்க வேண்டும் என்பது தெரிகிறது. .

ஐயோ, பாவம்! பொறாமை புகுந்த வீடு மட்டுமா? அது புகுந்த தெருவும், சிற்றூரும், நகரமும், நாடுங்கூடக் கேடு அடையும் என்றே தோன்றுகிறது.

எத்தனையோ மன்னர்களின் உள்ளத்தில் இவ்வாமை புகுந்து, அவர்களின் உடலைச் சுட்டுச் சாம்பலாக்கிய அவர்களின் அரண்மனைகளைத் தவிடு பொடியாக்கி, அவர்களின் நாடுகளையும் பாழாக்கி வந்திருக்கிறது!

எத்தனையோ இயக்கங்களில் இவ்வாமை புகுந்து அவற்றின் வளர்ச்சிகளைத் தடைப்படுத்தி, நோக்கங்களை நிறைவேற வொட்டாமல் தடுத்து, சிரித்து மகிழ்ந்து, செழித்து வளர்ந்து, வாழ்ந்து வந்திருக்கிறது.

எத்தனையோ சமூகங்களுக்குள் புகுந்து, அச்சமூகங்களின் அறிவைப் பாழாக்கி, அவர்களை முன்னேறிச் செல்ல

முடியாத அளவுக்கு முடமாக்கி, அடுத்தவருக்கு அடிமைப்படுத்தி, அழுது அழுது மடியச் செய்து, ஆனந்தக் கூத்தாடி வந்திருக்கிறது.

எத்தனையோ மந்திரி சபைகளுக்குள் புகுந்து, அவர்களின் நாட்டுப் பற்றையெல்லாம் வீட்டுப் பற்றாக்கி, ஆள் மீது ஆளைத் தூக்கி அடித்து, ஆண்டுக்கொரு முறை ஆள்மாறச் செய்து, எவரையும் உட்கார்ந்து உருவான வேலைகளைச் செய்யவொட்டாமல் விரட்டி அடித்துக் கொண்டே வாழ்ந்து வந்திருக்கிறது.

முடிவாகக் கூறுமிடத்து, இந்த ஆமை புகுந்த வீடு எல்லாம், இடமெல்லாம், குட்டிச்சுவராகி வருகின்றன என்றே கூறவேண்டியிருக்கிறது.

நாடோ நகரமோ, வீதியோ வீடோ, வியாபாரமோ இயக்கமோ, சமூகமோ சங்கமோ, வேறு எதுவோ அது நிலைத்து நிற்க வேண்டுமானால், அது இந்த ஆமை நுழைவதற்குச் சிறிதும் இடங்கொடாதிருக்க வேண்டும்.

இவ்வாமையின் உயிர் நிலையை நீங்கள் நன்கு அறிந்து கொள்ளலாம். இது பேராசைத் தண்ணிரில் வாழுமே தவிரப் பெருந்தன்மைத் தரையிலே வாழாது. ஆமை தரைக்கு வந்தால் மடியும்; பொறாமை பெருந்தன்மைக்கு வந்தால் முடியும்.

ஆகவே, நாட்டின் நலனைக் கருதி, மக்கள் தங்கள் இருப்பிடங்களில் இவ்வாமை தோன்றாமையையும், தோன்றின் இருக்க இடமில்லாமையையும் செய்ய வேண்டுவது இன்றியமையாததாகும்.

நாட்டுப் பற்றுள்ள அறிஞர்கள், மக்களைச் சீர்திருத்தப் புறப்படுமுன்னே முதலில் தங்களைச் சீர்திருத்திக் கொண்டு, இவ்வாமைக்குச் சிறிதும் இடங்கொடாமல் இருந்து

கொண்டு, பிறருக்கும் இவ்வாமையின் கொடுமைகளை எழுத்தாலும் சொல்லாலும் எடுத்து விளக்கி, மக்களை எச்சரிக்கையோடு வாழச் செய்வதை முதன்மையான தொண்டாகக் கொள்ள வேண்டும்.

இவ்வாமையை நேரடியாக ஒழிக்க இயலாவிட்டால். குறுக்கு வழியாலும் ஒழிக்கலாம், அது வைரத்தை வைரத்தால் அறுப்பது போல, ஆமையை ஆமையால் அழிப்பதாகும், இந்த ஆமைக்குப் பகையாமைகளும் உள்ளன.

அவை :

இம்மையினில் தீமைதனை எண்ணாமை, எக்காலும் பொய்மைதனைச் சொல்லாமை, வஞ்சகத்தாற் பிறர் பொருளைக் கவராமை; வலுவிருந்தும் நெறியுடைமை தவறாமை; கள்ளத்தால் கொடுமையினைச் செய்யாமை; கண்ணற்றோர் உரிமைகளைப் பறியாமை ஆகிய பகை ஆமைகளேயாம்.

இத்தகைய பகை ஆமைகள் இருக்கும் குளத்தை நீங்கள் தேடிச் செல்ல வேண்டா. நானே காட்டிவிடுகிறேன். இவ்வாமைகள் எவரையும் பகையாமை என்ற ஆழமான உள்ளத்திலே தான் வாழும்.

தீண்டாமைப் படுகுழியில் பிறந்து, பொறாமைப் புழுச் சேற்றில் புரண்டு, அநியாயச் செயல்களில் உருண்டு ஆதரவு இல்லாமல் அழிந்த மக்களை அதிகமாகக் கொண்ட நம் தமிழ்நாடு-சுதந்திரம் பெற்றும் பொறாமையாற் சுழன்று அல்லலுற்று அவதிப்படும் நம் தமிழ்நாடு-வாழ வேண்டாவா? வாழ வேண்டும் என்றால், அதற்கு வழி ஒன்றே உண்டு.

அது, இந்நாட்டில் சீர்திருத்தக் குளம் ஒன்றை வெட்டி, அதனுள் தீந்தமிழ் ஊற்றதனைக் கண்டு, நல்லொழுக்க நீர் நிறையச் செய்து, என்றும் நன்மை விளை மலர்தனையே விளைத்து, பார் முழுதும் அந்நீரைப் பருக அதனுள் பகையாமைதனை வளர்த்து வாழ்வோம் என்பதேயாகும். வாழட்டும் பகையாமை அழியட்டும் பொறாமை!

இவ்வுலகிலே முற்றறிவு பெற்ற நிறைமொழி மனிதர் திருவள்ளுவர் ஒருவரேயாவர். தமது அறிவுக் கல்லுக்கு எல்லாப் பக்கங்களிலும் பட்டை தீட்டிக் கொண்டவர் அவர் ஒருவரே! அவர் தந்த மாணிக்கமே 133 பட்டைகளோடு எல்லாத் துறைகளிலும் சுடர்விட்டு ஒளி வீசிக் கொண்டிருக்கும் திருக்குறள்.

அறிவில்லாதவன்

மனிதன் செய்கின்ற தவறுகளுள் மிகப்பெரிய தவறு. தன்னை 'அறிவில்லாதவன்' என்று நினைப்பது. அதை விடப் பெரிய தவறு, தன்னைப்போன்ற மற்றொருவனை 'அறிவில்லாதவன்' எனக் கருதுவது. எல்லாவற்றிலும் மிகப் பெரிய தவறு. ஒருவனை நோக்கி, 'நீ அறிவில்லாதவன்' எனக் கூறுவது.

'அறிவில்லாதவன்' என்ற இச் சொற்றொடரை, அறிவில்+ஆதவன் என்றும், அறிவு+இல்லாதவன் என்றும் பிரித்துப் பொருள் கூறலாம். ஆதவன் என்பது சூரியன் முன்னது உயர்வு, பின்னது தாழ்வு.

நான் கண்ட மக்களுள் எவரையும் அறிவில்லாதவராகக் கண்டதில்லை. எல்லாரிடத்தும் அறிவு இருந்து கொண்டே தானிருக்கிறது. மக்கள் என்ன? நடப்பன, பறப்பன, ஊர்வன நீர்வாழ்வன ஆகிய அனைத்துமே அறிவுடையனவாய்க் காணப்படுகின்றன. நம் முன்னோர்களுங்கூட இவற்றை மூவறிவு உயிர், ஈரறிவு உயிர், மூவறிவு உயிர், நாலறிவு உயிர் எனக் குறிப்பிட்டுக் கூறினரேயன்றி, அறிவில்லாதவை எனக் கூறியதே இல்லை.

தம்பி ஒவ்வொருவருக்கும்! அறிவு இருக்கிறது என்பதை நீ முதலில் ஒப்புக்கொள்! அந்த அறிவைப் பட்டை தீட்டப்படும்

ஒரு வைரக் கல்லுக்கு ஒப்பிடு! அதை அவரவர் தத்தம் முயற்சியால் உலகமாகிய சாணைக்கல்லில் தீட்டியே வருகிறார் என்றும் நினை! எந்தப் பக்கத்தில் தீட்டுகிறார்களோ, எவ்வளவுக்குத் தீட்டுகிறார்களோ, எத்தனை பட்டை தீட்டுகிறார்களோ, அத்தனை பட்டைகளிலும் அவ்வளவுக் கவ்வளவு அது ஒளி வீசும் என்று கருது!

ஒருவன், தன் அறிவை வர்த்தகச் சாணையில் தீட்டிக் கொண்டு வியாபாரியாய் உட்கார்ந்திருப்பான். மற்றொருவன், தன் அறிவைப் புலமைச்சாணையில் தீட்டிக்கொண்டு புலவனாய்க் கவிபாடிக் கொண்டிருப்பான். வேறொருவன், விவசாயச் சாணையில் தீட்டிக் கொண்டு குடியானவனாய்த் தோன்றுவான். இன்னொருவன், வைத்தியச் சாணையில் அறிவைத் தீட்டிக்கொண்டு மருத்துவனாய்க் காட்சியளிப்பான், இன்னும் ஒருவன் தனது அறிவைத் திருட்டுச் சாணையில் தீட்டிக்கொண்டு திருடனாய் இருந்து வருவான், ஒருவன். பத்திரிகை நிலையத்தில் திட்டுகிறான்; ஒருவன் பலகாரக் கடையில் திட்டுகிறான், ஒருவன் கட்டுரை எழுதத் தீட்டுகிறான்: ஒருவன் கன்னம் வைக்கத் தீட்டுகிறான். எவனெவன் தனது அறிவை எந்தெந்தப் பக்கத்தில், எந்தெந்தச் சாணையில் தீட்டுகிறானோ, அவனவன் அந்தந்தத் துறையிலே ஒளிவீசி நிற்பான்.

இந்தியாவுக்கு வந்திருந்த மேல்நாட்டுத் தொழிலறிஞர் ஒருவர், தமிழ்நாட்டுப் பட்டு ஜரிகை நெசவுக் கைத்தொழிலைக் கண்டு வியப்படைந்து சென்றார். ஒரு மாகாணத்தின் பிரதம மந்திரி தமிழ்நாட்டிற்கு வந்திருந்த போது ஒரு மண் ஒட்டன் ஆயுதம் எதுவுமின்றித் தன் கையாலேயே சுவர் வைக்கும் கலையைக் கண்டு மலைத்துப் போனார். நமது சென்னை மாகாணத்து முன்னைக் கவர்னர் ஒருவர், குயவன் சுழற்றுகிற திரிகையையும், அவன் கைபோகிற போக்கையும், பானை உருவாகிற தோற்றத்தையும் கண்டு அப்படியே வாயைப் பிளந்து

நின்றுவிட்டார். தம்பி இவருள் யார் அறிவுடையவர்? யார் அறிவில்லாதவர்?

கூறவேண்டுமானால், "மந்திரிக்கு இருக்கும் அறிவு, மண் ஒட்டனுக்கு இல்லை; மண் ஒட்டனுக்கும் இருக்கும் அறிவு, மந்திரிக்கு இல்லை. கவர்னருக்கு இருக்கும் அறிவு, குயவனுக்கு இல்லை; குயவனுக்கு இருக்கும் அறிவு, கவர்னருக்கு இல்லை" என்றுதான் கூறியாக வேண்டும். சுருக்கமாகக் கூறவேண்டுமானால், படிப்பில்லாத பெண்களிடம் உள்ள ஒப்பாரி வைக்கும் அறிவு, தொல் காப்பியத்துக்குப் பொருள் கூறும் புலவனிடம் இல்லை என்று கூறிவிடலாம். ஒருவன் தன் அறிவுக்கல்லை வேளாண்மை, மேடைப்பேச்சு, மருத்துவம், வியாபாரம், எழுத்து, இல்வாழ்வு, நிருவாகம், அரசியல் ஆகிய சாணைகளில் தீட்டி, பலபக்கமும் பட்டைதீட்டி பல துறைகளிலும் ஒளி வீசி நிற்பான். மற்றொருவன் இரண்டொரு பக்கங்கள் மட்டும் தீட்டி, அத்துறையில் மட்டுமே ஒளிவீசி நிற்பான். இது உண்மையேயாயினும், இவர்களைக்கூட அதிகமாக அறிவுக்குப் பட்டை தீட்டிக் கொண்டவர்கள், குறைவாகப் பட்டை தீட்டிக்கொண்டவர்கள் என்று கூறவேண்டுமே தவிர, அறிவே இல்லாதவர்கள் என்று கூறி விட இயலாது. கூறினால். இதைவிடத் தவறு வேறு எதுவுமிருக்க இயலாது.

ஆகவே, தம்பி! இதுகாறும் கூறியவற்றுள் மக்கட் பிறவியில் அறிவில்லாதவன் என்று எவனும் இல்லையென்பதை ஒருவாறு உணர்ந்திருப்பாய் என்று நம்புகிறேன்.

இனிமேலாவது, பிறன் எவனையும் 'அறிவில்லாதவன்' என்று கருதாதே! கூறாதே! உன்னையும் அறிவில்லாதவன் என்று நினையாதே! பிறர் அவ்வாறு கூறினாலும் நம்பாதே! நீ முயன்றால். உன்னிடம் இயல்பாகவே அமைந்துள்ள அறிவுக்கல்லுக்குப் பலபக்கங்களிலும் பட்டை தீட்டி, பல துறைகளிலும் ஒளிவீசச் செய்ய உன்னால் இயலும்.

இவ்வளவும் படித்துவிட்டு, சாணைக்கூடம் எங்கே இருக்கிறது? சாணை எங்கே இருக்கிறது?? என்று தேடி அலைந்து திரியாதே! உலகமே சாணைக்கூடந்தான்! பள்ளிக்கூடமே படிக்கும் சாணை! கேள்வியே கயிறு! உணர்ச்சியே கைக்கோல்! முயற்சியே உருளை! ஆராய்ச்சியே உழைப்பு! அனுபவமே பட்டை! இத்தனையும் ஆனபிறகு எடு திருக்குறளை! ஏற்று மெருகை! எவரை மறந்தாலும் திருவள்ளுவரை மறந்துவிடாதே! இவ்வுலகிலேயே முற்றறிவு பெற்ற ஒரு நிறைமொழி மனிதர் அவர் ஒருவரேயாவர்! தமது அறிவுக் கல்லுக்கு எல்லாப் பக்கங்களிலும் பட்டை தீட்டிக்கொண்டவர் அவர் ஒருவரே! அவர் தந்த மாணிக்கமே 133 பட்டைகளோடு எல்லாத்துறைகளிலும் சுடர் ஒளி வீசிக்கொண்டிருக்கும் திருக்குறள்.

அறிவு ஒளி எங்கும் வீசட்டும்!
அறிவுலகம் நன்கு வாழட்டும்!

'வண்ணாத்திப் பூச்சி' என இனிச் சொல்லாதீர்கள். பல வண்ணம் உள்ள அந்தப் பூச்சியின் பெயர் 'வண்ணத்துப் பூச்சி' என்பதேயாகும்" அப்பூச்சியிலும் காணப்படாத பல வண்ணங்களை மயில் தோகைகளிற் காணலாம். உயிர் வகை களில் அதிக வண்ணங்கள் உடையதும் அதிக அழகு உள்ளதும் மயில் ஒன்றேயாகும்.

மயிலும் குறளும்

மயில் ஓர் அழகான பறவை. அது தமிழ்நாட்டின் சொத்துக்களுள் ஒன்று. நாட்டிற்கு அழகு, மலை . மலைக்கழகு, சோலை. சோலைக்கழகு, மயில். மயிலுக் கழகு அதன் தோகையே! மயிலுக்குத் 'தோகை' என்றும் பெயர் உண்டு.

ஏற்றுமதி : ஏறக்குறைய 3,000 ஆண்டுகளுக்கு முன்பிருந்தே- அதாவது, கிறிஸ்து பிறக்க ஆயிரம் ஆண்டுகள் இருக்கும் பொழுதே- தமிழ்நாட்டிலிருந்து அகில், சந்தனம், அரிசி, மிளகு, தேக்கு, மயில்,முத்து ஆகிய செல்வங்கள் மேல் நாடுகளுக்கு ஏற்றுமதி செய்யப் பெற்றிருக்கின்றன. இவ்வுண்மையை இன்றைக்கும் வரலாறு மெய்ப்பிக்கும். இவற்றுக்கு அன்றும் இன்றும் மேலை நாடுகளில் தமிழ்ப் பெயர்களே இடப்பட்டு வழக்கிலிருந்து வருகின்றன. அவை, அரிசி (Rice) தோகை (Togai), சந்தனம் (Sandal), தேக்கு (Teak) என்பவைகளாம். இவற்றுள் உயிர்ச் செல்வம் மயில் ஒன்றேயாகும்.

அரண்மனை : மயில் காடுகளில் உள்ள சோலைகளை மட்டும் அழகு செய்வதன்று; நாடுகளில் உள்ள மாளிகைகளையும் அழகு செய்து வருகிறது. தமிழ்நாட்டு மன்னர்களும் பிறநாட்டு மன்னர்களும் மயில்களைத் தங்கள்

அரண்மனைகளில் வளர்த்து, அவற்றின் பலவகையான அழகுகளைக் கண்டு களித்திருக்கின்றார்கள்.

உவமை : சங்ககாலத்து நூல்களுள் ஒன்றாகிய பத்துப் பாட்டில் புலவர் நக்கீரர் பாடியுள்ள முதற்பாட்டாகிய திருமுகாற்றுப்படையில் முதலிரண்டு அடிகளில், காலைப் பொழுதில் கடலில் தோன்றுகிற கதிரவனை, பசுமையில் தோன்றுகிற செம்மையை மயிலில் தோன்றுகிற முருகனாகக் கூறி மகிழ்ந்திருக்கிறார், அவர் கடலையே மயிலாகவும், கதிரவனையே முருகனாகவும் காண்கிறார்.

வணக்கம் : தமிழ் மக்கள் மலைகளில் மயிலைக் காணும் பொழுது, அதன் அழகின் மீது மற்றோர் அழகனையும்-முருகனையும்-சேர்த்துக் கண்டு, வணங்கி வந்திருக்கின்றனர் என்பது தெரிய வருகிறது.

கூந்தல் : பெண்களின் கூந்தலுக்குப் புலவர்கள் மயில் தோகையையே உவமையாகக் கூறி வந்திருக்கின்றார்கள் பெண்களும் மயிலின் தோகையைக் காணும் பொழுதெல்லாம் அதைத் தங்கள் கூந்தலோடு ஒப்பிட்டுப் பார்த்துப் பெருமூச்சு விடுவதும் உண்டு.

காதல் : காதலர்கள், தங்கள் காதலிகளை, 'மானே மயிலே' எனக் கூறுவது ஒரு வழக்கம். இவ்வாறு கூறும் பொழுது பெண் மானையோ, பெண் மயிலையோ, எண்ணாமல் ஆண் மானையும், ஆண் மயிலையும் எண்ணியே கூறுகிறார்கள். பெண்ணுக்கு ஆணை உவமையாகக் கூறுகிறோமே என்ற உணச்ச்சியே அவர்களுக்கு இருப்பதில்லை. 'காதல் கொண்ட மக்கள் கருத்தழிவார்கள்.' என்பதற்கு இதுவும் ஓர் எடுத்துக் காட்டாய் இருக்கிறது.

கண்கள் : மயிலின் கண்கள் கூர்மையான பார்வையுடையவை. அழகான கண்களைப் பெற்றவை மானும் மயிலுமேயாகும்.

இந்தக் கண்ணழகைக் கட்டழகிகளின் கண்களிற் காணப் புலவர் துடிப்பர்; ஒவியர் துடிதுடிப்பர்; காதலர் கண்டு விட்டதாகக் கூறி நடிப்பர்.

நடை : மயிலின் நடை மிகவும் அமைதியுடையது. அந்த நடையில் மெருமிதமும் கலந்திருக்கும். அதன் எடுப்பான நெஞ்சு. அந்த நடைக்குப் பெரிதும் துணை செய்யும். அதன் நெஞ்சும் நடையும் பெண்களைப் பார்த்துப் பழிப்பனவாய் இருக்கும்.

ஆட்டம் : ஆண் மயில் தனது தோகையை விரித்து அழகாக ஆடும். அதற்கு நிழல் கொடுக்கும் சோலை! ஒத்து ஊதும் தென்றல்! மலர் தெளிக்கும் சாரல்! மிருதங்கம் அடிக்கும் இடி! ஒளிவீசும் மின்னல்! இது கண்கொள்ளாக் காட்சி! இயற்கையோடியைந்த வாழ்வு மயிலுக்கு உண்டு; மக்களுக்கு ஏது? .

வண்ணம் : 'வண்ணாத்திப் பூச்சி' என இனிச் சொல்லாதீர்கள். பல வண்ணம் உள்ள அந்தப் பூச்சியின் பெயர் 'வண்ணத்துச் பூச்சி' என்பதேயாகும். அப்பூச்சியிலும் காணப்படாத பல வண்ணங்களை மயில் தோகைகளிற் காணலாம். உயிர் வகைகளில் அதிக வண்ணங்கள் உடையதும், அதிக அழகு உள்ளதும் மயில் ஒன்றேயாகும்.

ஆராய்ச்சி : மயிற்கண்கள்' என்று சொல்லப்பட்டு வருவது மயிலின் முகக் கண்களா? தோகைக் கண்களா? உங்களுக்குத் தெரியுமா? தெரியாதவர்கள் எப்போதேனும் மயிலைக் காணும் பொழுது கூர்ந்து பாருங்கள். மயிற்கண்கள் என்பது இரண்டையுமே குறிக்கும். தோகைக் கண்களும், முகக்கண்களும் ஒன்று போலவே தோன்றும். இந்த ஆராய்ச்சியின்போது உங்கள் கண்கள் பாதுகாப்பாக இருக்க வேண்டும்!

அழகு : *'ஆண் அழகா? பெண் அழகா?'* என்பது இக்காலத்துக் கேள்விகளுள் ஒன்று! பெண்களே அழகுடையவர்கள் என்பது பொதுவாக வழங்கி வரும் கருத்து. ஆடவரே அழகுடையவர்' என்பது இன்றைய போராட்டக்காரர்களின் கருத்து. இதற்குப் பறவைகளும் விலங்குகளும் கூடச் சான்றுகளாக இருந்து வருகின்றன.

ஆண் யானை (களிறு) ஆண் மாடு (காளை)

ஆண் ஆடு (கடா) ஆண் மான் (கலை)

ஆண் கோழி (சேவல்) ஆண் மயில் (தோகை)

எது அழகு ஆணா, பெண்ணா?

விருந்து : மேல்நாட்டு மன்னன் ஒருவன் 1550 ஆண்டுகளுக்கு முன்பு ஒரு பெரிய விருந்து செய்தான். அவன் விருந்து செய்த உணவுப் பொருள் என்ன தெரியுமா? மயில் மூளை விருந்துண்ட மக்கள் 400 பேர்கள்! கொலையுண்ட மயில்கள்??? மன்னனின் மூளையே மூளை!

மருந்து : வாந்தியை நிறுத்தவும் குமட்டலை நிறுத்தவும் என்ன செய்யலாம் எனத் தமிழ்நாட்டு மருத்துவ அறிஞர்கள் எண்ணி ஆராய்ந்தார்கள். இறுதியாக அவர்கள் தேடிக் கண்டுபிடித்த பொருள் எது? மயில் இறகுதான்! அதைச் சுட்டுக் கருக்கித் தேனில் குழைத்துக் கொடுப்பதன்மூலம் உடனே வாந்தியைத் தடைப் படுத்த முடிகிறது.

எழுத்து : எழுத்தாணியைக் கொண்டு ஏட்டில் எழுதி வந்த மக்கள், அதைக் கைவிட்டுத் தாளில் எழுதத் தொடங்கிய பொழுது, முதன் முதலாக மக்களுக்கு எழுது கருவியாய்ப் பயன்பட்டது எது தெரியுமா? மயில் இறகு தான்.

இதுகாறும் கூறியவற்றால், மயிலும் அதன் தோகையும் ஏற்றுமதி செய்வதற்கும், அரண்மனைக்கும், சோலைக்கும். உவமைக்கும், வணக்கத்திற்கும், கூந்தலுக்கும், காவலுக்கும், கண்களுக்கும், நடைக்கும், நடனத்திற்கும், வண்ணத் திற்கும், அழகுக்கும், ஆராய்ச்சிக்கும், எழுத்திற்கும். விருந்திற்கும், மருந்திற்குங்கூடப் பயன்பட்டு வந்ததை நன்கறியலாம். இனி அது வள்ளுவர்க்கு எவ்வாறு பயன்பட்டது என்பதை அறிவதுதான் வியப்பிற்குரிய ஒன்று.

திருவள்ளுவர் ஒரு நாள் சாலை வழியே நடந்து கொண்டிருந்தார். வண்டிக்காரன் ஒருவன் மயில் தோகைகளைச் சுமை சுமையாய்க் கட்டி வண்டியில் ஏற்றிக் கொண்டிருந்தான். வள்ளுவர் கண்களை மயில் தோகையின் கண்கள் கவர்ந்தன. அவர் அருகில் சென்று அவற்றைத் தொட்டுப் பார்வையிட்டார். அது பட்டினும் பளபளப்பாய், பஞ்சினும் மென்மையதாய், எடையிலும் மிக எளியதாய்த் தோன்றியது. என்றாலும், அதைக் கொண்டு இரும்புத் தூணையும் முரிக்கலாம் என்ற முடிவுக்கு வந்து விட்டார். நீங்கள் அந்த முடிவுக்கு வர இயலுமா? எண்ணிப் பாருங்கள்! வள்ளுவர் வண்டிக்காரனைக் கூப்பிட்டார். 'தம்பி, மயில் தோகையாயிருந்தாலும், அளவுக்கு மீறி அதை வண்டியில் ஏற்றாதே! ஏற்றினால், அச்சு முரிந்துவிடும்.'' என அருமையாகக் கூறினார், அக்குறள்தான் இது!

"பீலிபெய் சாகாடும் அச்சிறும்; அப்பண்டம்
சால மிகுத்துப் பெயின்.'

எப்படி வள்ளுவர் மயில் தோகையைக் கொண்டு இரும்பு அச்சை முரித்தது?

இக்கற்பனையும், கற்பனையால் விளைந்த நம்பிக்கையும், நம்பிக்கையை வலுவாக்கத் தேடிக் கண்டுபிடித்த பொருள்களும், அப்பொருள்கள் ஒன்றுக்கொன்று துணைபுரியும் செயலும் ஆகிய அனைத்தையும் சேர்த்து எண்ணிப்பார்க்கும் பொழுது நமது உள்ளம் வியப்படைகிறது!

திருஷ்டி சுற்றுதல்

நம் நாட்டில் 'திருஷ்டி சுற்றுதல்' என்ற ஒரு பழக்கம் இருந்து வருகிறது. பிள்ளைகள் பள்ளிக்குச் சென்று வந்த போதும், பேசுவோர் மேடைக்குச் சென்று வந்த போதும், நடிகர்கள் நாடகத்தில் நடித்து வந்தபோதும் மணமக்கள் ஊர்வலம் சென்று வந்தபோதும், மன்னர்கள் வேட்டையாடச் சென்று வந்தபோதும் திருஷ்டி சுற்றுவது ஒரு வழக்கமாய் இருந்து வருகிறது.

'திருஷ்டி' என்பது வடசொல். 'கண் எச்சில்' என்பது அதன் தமிழ் மொழிபெயர்ப்பு. 'திருஷ்டி சுற்றுதல், என்பதை, 'சாந்தி செய்தல், கண் எச்சில் கழித்தல், கழிப்புக் கழித்தல், ஏற்றி இறக்குதல், ஆலத்தி எடுத்தல்,' என்ற பல சொற்றொடர்களாற் சொல்வதுண்டு.

திருஷ்டி சுற்றக் கையாளும் பொருள்கள் முச்சந்தி மண், மூன்று வீட்டுக் கூரை, உப்பு மிளகாய் சேர்ந்தவையும், சூடம் கொளுத்துதலும், திரிவிளக்கு ஏற்றுதலும் தேங்காயும், தேங்காய்க் குடுமித் துணி விளக்கும், மாவு அடைகளும், சோற்று உருண்டைகளும் பிறவும் ஆகும்.

ஆலத்தி என்பது மஞ்சள், சுண்ணாம்பு, வெற்றிலை இம்மூன்றையும் நீரிற் கலந்து தலையைச் சுற்றி எடுப்பதாகும்.

பண்டை மன்னன் ஒருவன் வேட்டைக்குச் சென்று மீண்டும் அரண்மனையை அடைந்தான். பரிசு பெற விரும்பிய புலவன் ஒருவன் அம்மன்னனிடம் கவி ஒன்றைத் தந்தான். அது இது;

மரமது மரத்தி லேறி மரமதைத் தோளில் வைத்து
மரமது மரத்தைக் கண்டு மரத்தினால் மரத்தைக் குத்தி
மரமது வழியே மீண்டும் வன்மனைக் கேகும் போது
மரமதைக் கண்ட மாதர் மரமொடு மரமெடுத்தார்.

இதன் பொருள் : அரசமரம் மாமரத்தின் மீது ஏறி-அதாவது அரசன் குதிரை மீதேறி, அரசமரம் தோமரத்தைத் தோளில் வைத்து-அதாவது அரசன் தோமராயுதத்தைத் தோளில் தாங்கி (வேட்டையாடக் காடு சென்றான்); அரசமரம் வேங்கை மரத்தைக் கண்டு-அதாவது அரசன் வேங்கையைக் கண்டு; தோமரத்தால் வேங்கை மரத்தைக் குத்தி-அதாவது தோமராயுதத்தால் வேங்கையைக் குத்தி; மரமது வழியே,மீண்டு வன்மனைக்கு ஏகும்பொழுது-அதாவது அரசன் திரும்பி அரண்மனைக்கு வந்தபோது; அரசி மரத்தைக் கண்ட மாதர்கள்-அதாவது அரசனைக் கண்ட பணிப் பெண்கள்; மரமொடு மரமெடுத்தார்-ஆலமரமும் அத்திமரமும் எடுத்தார்கள்-அதாவது ஆல்-அத்தி ஆலத்தி எடுத்தார்கள் என்பதாம்.

வெற்றிக்கு உரிய செயல்களைச் செய்து வந்த போதும், புகழுக்கும் போற்றுதலுக்கும் உட்பட்ட போதும் மக்களுக்குக் கண் எச்சில் (திருஷ்டி) ஏற்படுகிறது என்பதும், அதனால் பலருக்குக் கட்டி, வெக்கை போன்ற பல்வேறு பிணிகள் வருகின்றன என்பதும், அவற்றுக்குத் திருஷ்டி சுற்றுவது என்ற கழிப்புக் கழித்தலே ஏற்ற மருந்தாகும் என்பதும், தமிழ்நாட்டில் தொன்று தொட்டே பலரால் நம்பி வருவனவாகும். இன்றைக்கும் மக்கள் நம்பிக் கொண்டிருக்கிறார்கள்.

இருபதாண்டுகளுக்கு முன்பு என் தமக்கையார் எனக்கும் திருஷ்டி சுற்றினார்; தலையைச்சுற்றி அடுப்பில் போட்ட மிளகாய் சிறிதுகூட நெடிவிசவில்லை என்றும், அவ்வளவு திருஷ்டி எனக்கு இருக்கிறதென்றும் கூறிக் கையை நெரித்தார். அவரது கைநெரிப்பு சடச்சட என்றது. அடுப்பில் போட்ட உப்பும் சடச்சட என்று ஒலித்தது. இவ்வாறு திருஷ்டி சுற்றுதல் ஒருவாறு முடிந்தது.

அன்றிலிருந்து, அடுப்பிற் போட்ட மிளகாய் ஏன் நெடிவிசவில்லை? பலர் காலடிப்பட்ட மண்ணும்; பலர் குடியிருக்கும் வீட்டின் கூரைகளும் அடுப்பில் எரிவதால் மனிதனுக்குப் பார்வைப்பிணி எப்படித் திரும்? உள்ளபடியே பிணி பார்வையினால்தான் உண்டாகிறதா? இவ்வாறு செய்வதால் அது தீர்ந்துவிடுகிறதா என்ற ஐயம் எனக்கு ஏற்பட்டுக்கொண்டே இருந்தது.

அடுத்த 30 ஆம் நாள் வெளியூர் சென்றுவந்த என்னை உட்காரவைத்து, என் தமக்கையார் இருப்புப் படி கொண்டு திருஷ்டி சுற்றத் தொடங்கினார். அப்படியே படியை வாங்கிக்கொண்டேன். படியின் உள்ளே 21 மிளகாய், இரு கைம்மண், மூன்று வீட்டுக் கூரை, உப்பு ஆகியவை இருந்தன. இயற்கையாக அடுப்பில் விழுந்த மிளகாய் நெடிவீசும்போது அதைத் தலையைச் சுற்றி அடுப்பில் போட்டால் நெடிவீசாமல் இருக்கிறதே! தலையைச் சுற்றுவதற்கே இவ்வளவு சக்தி இருக்குமானால், மற்ற மந்திரங்களுக்கும். மற்றவைகளுக்கும் எவ்வளவு சக்தி இருக்கும்!' என்று எண்ணினேன். உடனே இதைப்போல மற்றொரு பங்கு கொண்டுவரச் சொன்னேன். கொண்டு வந்தார்கள். கொண்டு வந்ததைத் தலையைச் சுற்றிப் போடும்படி சொன்னேன். மூன்று முறை சுற்றி மூன்று முறை துப்பச்செய்து அடுப்பிற் போட்டார். சிறிதும் நெடிவீச வில்லை.

என் கையிலிருக்கிற மற்றொரு பங்கைத் தலையைச் சுற்றாமல் அடுப்பிற் போடும்படி சொன்னேன். போட்டார். அதிலும்

கொஞ்சம்கூட நெடிவீசவில்லை, ஏன் இப்படி?' என்று கேட்டேன், என் தமக்கையாருக்குப் பதில் சொல்லத் தெரியவில்லை.

பிறகு இரண்டொரு நாள் இதே வேலையாய் இருந்தேன். உண்மையைக் காண முடிந்தது. மிளகாய் நெருப்பில் விழுந்து கருகினால் அதிகம் நெடிவீசுகிறது, அடுப்பு நன்றாக எரியும்போது, மிளகாய் விழுந்தால் குறைந்த நெடியே உண்டாகிறது, அடுப்பில் மண்விழுந்து கருகுவதால் ஒரு மட்கு வாடை உண்டாகிறது, இந்த மட்கு வாடை அந்த நெடியையும் அடியோடு மறைக்கத் துணை செய்கிறது. கூரைக்கீற்று அடுப்பெரிய நல்ல துணை செய்கிறது. உப்புச் சடச்சடவெனப் பொரிந்து ஒரு மனக் கிளர்ச்சியை உண்டாக்குகிறது என்பவைகள் தெளிவாகத் தென்பட்டன.

இக் கற்பனையும், கற்பனையால் விளைந்த நம்பிக்கையும், நம்பிக்கையை வலுவாக்கத் தேடிக் கண்டு பிடித்த பொருள்களும், அப்பொருள்கள் ஒன்றுக் கொன்று துணைபுரியும் செயலும் ஆகிய அனைத்தையும் சேர்த்து எண்ணிப்பார்க்கும்பொழுது நமது உள்ளம் வியப்படைகிறது! இதற்குமேல் யாவும் அறிந்த அறிஞர்களுட் சிலர் 'நம்பிக்கை நலம் தரும்' என்றும், மனிதனின் எண்ணத்திற்கும் சில வலிமைகள் உண்டு என்றும், 'மேல் நாட்டாரே இதை ஒப்புகின்றனர்' என்றும், நம்பிக்கைகளை உண்டாக்குவதற்காக இத்தகைய தந்திரங்களைச் செய்வதில் தவறில்லையென்றும் வலியுறுத்திக் கூறுகின்றனர்.

எது எப்படி இருந்தாலும், எத்தனையோ பொருளற்ற மூடச் சடங்குகளுக்குள் இது ஒரு பொருள் உள்ள மூடச் சடங்காய் இருந்து வருகிறது என்பதும், அறிவு கலந்த வாழ்வுக்கு இத்தகைய முறைகள் தேவையில்லை என்பதும் நல்லறிஞர்களது கருத்தாகும்.

அவர் மனைவியார் என் வயிற்றிற்கு ஒருவேளை உணவு அளித்தார். அவரோ, என் அறிவுக்குப் பல நாள் உணவையளித்து மறைந்தார். அவர் அளித்த உணவு, "எவரையும் வையாதே, வைவது தமிழனின் பண்பன்று. பிறரை வைவதுதான் முன்னேறும் வழி என்று எண்ணாதே, எவன் முன்னேறினாலும் வைபவன் முன்னேற முடியாது என்பதை நம்பு. தவறு என்று கண்டால் தீமையற்ற சொற்களால் அச்சமற்றுக் கூறு." என்பதுதான்.

நான் கண்ட வ. உ. சி.

திருவாளர் வ. உ. சிதம்பரம் பிள்ளை அவர்கள் தமிழ் நாட்டுத் தேசபக்தர்களுள் ஒருவர். தேசபக்தர் என்றாலே திரு. பிள்ளை அவர்களைத்தான் குறிக்கும். நாட்டின் மீது அவருக்கிருந்த பற்று உள்ளபடியே அளவு கடந்தது எனக் கூறலாம்.

பெரியார் காந்தியடிகளுக்கு முன்பே திரு. பிள்ளை இந்தியாவில் தேசபக்தராய் விளங்கியவர். அவர் உலகமானிய பாலகங்காதர திலகர் அவர்களின் அரசியல் மாணவர் ஆவர். காந்தியடிகள் தென்னாப்பிரிக்காவில் தொண்டு செய்திருந்த காலத்திலேயே திரு.பிள்ளை அவர்கள் இந்தியாவில் தேசத்தொண்டு செய்தவர்கள்.

பிள்ளையவர்கள் பலமுறை சிறை சென்றவர்கள். அவர் செய்த குற்றமெல்லாம். இந்நாட்டின்மீதும் மக்களின் மீதும் அன்பு கொண்டதுதான், இக்காலத்தில் சிறைக்குச் செல்ல விரும்புவோர் பலருக்கு நன்கு தெரியும், முதல் வகுப்பும், முந்திரிப் பருப்பும், அல்வாவும், ஆரஞ்சுப் பழமும் கிடைக்குமென்பது. அந்தக் காலத்தில் அனைவருக்கும் தெரியும், செக்கு இழுத்துச் சீரழிய வேண்டுமென்பது. கற்கள் உடைபட வேண்டும்; இன்றேல். பற்கள் உடைபட நேரிடும்,

குற்றுவதெல்லாம் நெல்வாய் இருக்கும், உண்பதெல்லாம் களியாய் இருக்கும். இக்காலம். சிறைக்குச் சென்றவர்கள் போற்றுதலும் பூமாலையும் பெறுகிற காலம். அக்காலம் தூற்றுதலும் துயரமும் பெறுகிற காலம். முடிவாகக் கூற வேண்டுமானால், அக்காலம் எல்லாச் சாதியினரும் சிறைக்குச் சென்றவர்களை வெறுத்து, "சமூக பகிஷ்காரம்" செய்த காலம் எனக் கூறலாம். அப்படிப்பட்ட காலத்திலேதான் திரு. பிள்ளை அவர்கள் சிறை புகுந்தார்கள். செக்கும் இழுத்தார்கள்; களைப்பு மிகுதியினால் குடிக்கத் தண்ணீர் கேட்டு நீர் பெறாமல் சவுக்கடியையே பெற்றார்கள். சில நாள்கள் அல்ல-பல ஆண்டுகள். நாட்டுப்பற்றுக் காரணமாக உயிர்போகும் வேதனையைப் பெற்று வாடி வதங்கி வருந்தி உழைத்தவர் திரு.பிள்ளை அவர்கள்.

படிப்பு இல்லாமல் தேசத்தொண்டு செய்யப் போனவரல்லவர் அவர்; அக்காலத்திலேயே கல்லூரியிற் பயின்று பட்டம் பெற்றவர். தொழிலில்லாமல் தேசத் தொண்டு செய்யப் புறப்பட்டவர் அல்லர் அவர். வக்கீல் தொழில் செய்து கொண்டிருந்தவர். வருமானமின்மையால் தேசபக்தி காட்டப் புறப்பட்ட வக்கீல்களைச் சேர்ந்தவர் அல்லர் அவர். தொழிலில் நல்ல வருமானத்தைப் பெற்றுவந்தவர். புகழுக்கும், பதவிக்கும் ஆசைப்பட்டுப் பொதுத்தொண்டு செய்ய புறப்பட்டவர் அல்லர் அவர்; எவ்வளவு கத்திப் பேசினாலும், இந்துவும் சுதேசமித்திரனும் ஏழு எட்டு வரிகூட எழுதாத காலம் அது. அப்படிப்பட்ட காலத்திலேதான், இப்படிப்பட்ட பிள்ளை அவர்கள், தேசத்தொண்டும் செய்து வந்தார்கள், அவரது அருஞ்செயலையும், பெருங்குணத்தையும், உள்ளத் தூய்மையையும் உழைப்பின் சிறப்பையும் விளக்க இதைவிட வேறெதுவும் கூறவேண்டுவதில்லை.

உயர்ந்த அறிஞர்கள் உயிரோடிருக்கும் பொழுது அவர்களைச் சிறிதும் மதியாமல், அவர்கள் அறிவைப் போற்றாமல், செயலை வாழ்த்தாமல், நடத்தையைப் பின்பற்றாமல்,

அவர்கள் வருந்தும்போது ஒரு வேளை உணவுக்கும் வழிசெய்யாமல், மாண்டபிறகு மணிமண்டபம் கட்டுவதும், காலடிபட்ட மண்ணை எடுத்துக் கண்களில் ஒற்றுவதும், 'மாண்டாயோ மன்னவனே' என மாரடித்து அழுவதும், படம் திறப்பதும். பாக்கள் பாடுவதும் பூமாலை சுற்றிப் போற்றிப் புகழ்வதும் ஆகிய பழக்கத்தைக் கொண்ட இப்பாழாய்ப்போன தமிழ்நாட்டிலேதான் திரு. பிள்ளை அவர்களும் பிறந்தார்கள். அதனாலேயே அவர்களும் இக்கொடுமைக்கு இலக்கானார்கள்.

இன்னும் ஒரு படி தாண்டி, வாழ்ந்தபோது வைது கொண்டிருந்தவர்கள், மாண்டபிறகு மாறி, நாட்டிற்கு அவர் பெயரும், ஊருக்கு அவர் சிலையும் வேண்டுமென ஊருக்கு முன்னே ஓடோடி ஆலோசனை கூறும் மக்களுள்ள இத் தமிழ்நாட்டிலே திரு. பிள்ளை அவர்கள் பிறரால் வையப்படாமலும், வாழ்த்தப்படாமலும் வாழ்ந்துவந்தது ஒரு சிறப்பேயாகும்,

திரு. பிள்ளை அவர்களின் பேச்சு, நரம்புத் துடிப்புடன் எலும்புகளையும் துடிக்கச்செய்யும், உணர்ச்சி கலந்த அரசியல் ஆவேசப் பேச்சுகள் திரு. பிள்ளை அவர்களோடு மறைந்து ஒழிந்தன.

"பிரிட்டிஷ் கப்பல் கம்பெனி" கள் துரத்துக்குடியிலிருந்து கொழும்புக்குச் செல்லும் கட்டணத்தை உயர்த்தித் தமிழ்நாட்டு வணிகத்திற்கே கேடு விளைவித்தன. இதனையறிந்த திரு. பிள்ளை அவர்கள், அவர்களோடு போராடியும், நியாயத்திற்கு இணங்க மறுத்ததனால், அவர்களோடு போட்டியிட்டுத் தாமே ஒரு கப்பலை ஓட்டியும் தமிழ்நாட்டு வணிகத்திற்குத் தொண்டு செய்தார்கள்.

அவர் ஒரு தொழிலாளர் தலைவர்; தொழிலாளர் போக்கைத் தொடர்ந்து போகும் தலைவராயில்லாமல், தொழிலாளரைத் தம் போக்கில் நடத்திச் செல்லும் தலைவராயிருந்தவர்.

அவர் ஒருமுறை சிறை சென்றபோது, தூத்துக்குடி இரயில்வே நிலையமும், சர்க்கார் கட்டடங்களும் தூள் தூளாக்கப்பட்டன, நெருப்புப் பொறிகளும் பறந்தன. அரசாங்கமே நடுங்கி அஞ்சுகின்ற அளவுக்கு அவர் ஓர் வீர மனிதரெனக் கருதப்பட்டார்.

அவருடைய தமிழ்ப்பற்று, தமிழ்நாட்டிலே நன்கு பதிக்கப்பெற்றிருக்கிறது. அதுதான் "திருக்குறள் வ.உ. சிதம்பரம் பிள்ளை பதிப்பு" என்பது. அது இன்றும் நம்மிடையே இருந்துகொண்டு, அவரையும் அவரது தமிழ்ப் பற்றையும் நினைவூட்டி வருகிறது.

திரு. பிள்ளை சிறையிலிருப்பார். வீட்டிலிருந்து செய்தி வரும். வருகின்ற செய்தி, "குழந்தைகளுக்குத் துணியில்லை, உணவுக்கு வழியில்லை." என்றிருக்கும். கண்கள் கலங்கும்; மனம் கலங்காது. இத்தகைய செய்திகள் பலவற்றை அரசாங்க அதிகாரிகளே அவரிடம் அனுப்பி வைப்பார்கள். காரணம் எந்த வகையிலாயினும் மன்னிப்பைப் பெற்று விடுதலையடைந்து வெளியேற வேண்டுமென்பதுதான். இருமுறை ஆயுட்கால தண்டனை, அந்தமான் தீவுக்கு நாடு கடத்தும் தண்டனையைப் பெற்று, செக்கிழுத்து வாடி வதங்கி அடைத்துப்போன காதுகளுக்கு இச்செய்திகள் எட்டும், அவர் மடிவதில் மனம் கொண்டாரேயன்றி, மன்னிப்பில் மனம் கொள்ளவில்லை.

நாட்டுத் தலைவர் ஒருவரின் மனைவியையும் மக்களையும் காப்பாற்றத் தமிழ்நாட்டு மக்களுக்குத் தெரியாமையினால், அவர்கள் விரும்பி உதவி செய்யவில்லை. அவர் வாழ வகையின்றி வருந்தினார், "இப்படிப்பட்ட மக்களுக்காகச்

சிறை புகுந்து, செக்கிழுத்து மடிவதும், நம்மை நம்பியுள்ள மனைவி மக்களை இபபடிப்பட்டவர்களிடம் உயிரோடு ஒப்புவித்து அவர்களையும் மடியச் செய்வதும் நியாயமாகுமா?" என்று சிறையில் பல ஆண்டுகள் எண்ணி எண்ணி நொந்தார். கடைசியாக, ஒரு நாள், கோர்ட்டு அவருக்கு மன்னிப்பு அளித்தது. அவர் மீண்டும் வக்கீல் தொழிலை நடத்தினார். நான் திரு. பிள்ளை அவர்களோடு சேர்ந்து நான்கு கூட்டங்களிற் பேசியிருக்கிறேன். நான் பேசுகின்ற சில ஊர்களுக்கும் அவர்கள் வந்திருக்கிறார்கள். தமிழுக்காக அவர்மீது எனக்கு அளவு கடந்த அன்பு உண்டு. அதற்காக என்மீது அவருக்குப் பற்றுதல் உண்டு. தமிழ் ஒன்றே எங்களைப் பிணைத்து.

அரசியலிலே நாங்கள் மாறுபட்ட கொள்கையுடையவர்கள்; வேறுபட்ட இயக்கங்களைச் சார்ந்தவர்கள். பிள்ளையவர்கள் ஒரு நாள் என்னைத் தட்டப்பாரையில் சந்தித்து "உங்களைப் போன்றவர்கள் ஜஸ்டிஸ் கட்சியை விட்டு, காங்கிரஸ் கட்சிக்கு வந்து சேரவேண்டும்" எனக் கூறினார்கள். இளமை முறுக்கினாலும், இரத்தத் திமிரினாலும் அவர்களை கடுமையாகத் தாக்கிக் கடுஞ் சொற்களைக் கூறி விட்டேன். அது நிகழ்ந்து இன்றைக்கு முப்பத்தாறு ஆண்டுகள் ஆயின என்றாலும், இன்றைக்கும் அது என் உள்ளத்தைச் சுடுகின்றது. அச்சொல், "உங்கள் அறிவும், திறமையும், உழைப்பும் தமிழர் நலனுக்குப் பயன்படாமல், அறியாமை காரணமாகப் பிறர் நலனுக்குப் பயன்படுகின்றன. அத்தவறை நானும் செய்யவேண்டுமா?" என்பதுதான். இதற்காக அவர்கள் எனக்களித்த தண்டனை, அவர்கள் வீட்டுக்கு என்னை அழைத்துச் சென்று, பல மணி நேரம் நிலைமையை விளக்கி, எனது கருத்தை மாற்றி, அவர் தவறு செய்யவில்லை என மெய்ப்பித்ததுதான். பொதுவாக, அவர்கள் உள்ளத்தைத் திறந்து காட்டி, தம்முள்ளத்தே மறைத்து வைத்திருந்த பல செய்திகளையும் கூறிக் கண்கலங்கினார்கள்; வருந்தினேன், எனது வலக் கையால் அவரது கண்ணிரைத் துடைத்ததுதான் இன்றைக்கு ஆறுதலாய் இருந்து வருகின்றது. அவர் கூறிய

செய்திகளை வெளியிடும் காலம் இன்னும் வரவில்லை. அவர் மனைவியார் என் வயிற்றிற்கு ஒருவேளை உணவளித்தார்கள். அவரோ, என் அறிவுக்குப் பலநாள் உணவளித்து மறைத்தார், அவர் அளித்த உணவு, எவரையும் வையாதே; வைவது தமிழனின் பண்பன்று, பிறரை வைவதுதான் முன்னேறும் வழி என்று எண்ணாதே; எவன் முன்னேறினாலும் வைபவன் முன்னேற முடியாது என்பதை நம்பு. தவறு என்று கண்டால் தீமையற்ற சொற்களால் அச்சமற்றுக் கூறு'' என்பதுதான்.

திரு. பிள்ளை அவர்களின் அறிவுரையும் அறஉரையுமாகிய இது எனக்குப் பயன்பட்டது. உங்களுக்கும் பயன்படுமா? முயலுங்கள்.

எனது தலை, சிலருடைய திருவடிகளில் மட்டும் வணங்கியிருக்கிறது. திரு. பிள்ளை அவர்கள் திருவடிகளும் அவற்றுள் சேர்ந்ததுதான். காரணம், பிள்ளையவர்கள் பொய் பேசுவதில்லை என்பதை வாழ்நாள் முழுவதும் ஒரு கொள்கையாகக் கொண்டு உண்மையையே பேசி வந்தார்கள். அதுமட்டுமன்று! உயிர் போகும்வரை ஒழுக்கத்தைக் கையாண்டுவந்த ஒரே தலைவர் அவர் என்பதும் ஆம்!

வாழ்க வ. உ. சி. புகழ்!
வாழ்க அவர் பிறந்த நாடு!

9 788199 612921